COLD MOONS

Phoneme Media
PO Box 411272
Los Angeles, CA 90041

Originally published in Icelandic as *Tími kaldra mána* in 2013.

ISBN: 978-1944700096

This book is distributed by Publishers Group West

Cover design and typesetting by Jaya Nicely

Printed in the United States of America

This book has been translated with a financial support from:

Phoneme Media is a nonprofit media company dedicated to promoting cross-cultural understanding, connecting people and ideas through translated books and films.

COLD MOONS

Magnús Sigurðsson

Translated from the Icelandic
by Meg Matich

This is the Hour of Lead –
Emily Dickinson #372

1

LJÓÐGRÆNA

1

POETREE

Járn og gúmmí

Kæri járnsmiður,

þú sem skríður hér
milli beðanna
í skugga nýútsprunginna
blóma:

illa má ég
við sjö ára
ógæfu þinni.

Né mátt þú
við allsherjarógæfu
gúmmísólans.

Blacksmith beetle,

you crawl
between garden rows
in newly upsprung
flowers:

I can't bear
seven years
of your misfortune.

Neither can you bear
the burden
of my rubber soles.

Hugarlandið

Nú eru laufin
vínrauð

einsog plómur.
Og himinninn

gómfyllubleikur.

Ytri veröld,
ég drekk þig.

Ég veiti þér
einsog fljóti.

Yfir skrælþurra akra
hugarlandsins.

Landscape of the Imagination

Leaves, now
claret

like plums.
And the sky,

palatial pink.

Outerworld,
I drink you.

I channel you
like a river.

Over the barren fields
of the imagination.

Púls

Geislarnir brotna
gullslegnir
á kristalsblárri
úrskífunni.

Ég sný henni við.

Úrverkið
gengur fyrir því.

Staðfastur
staðgengill sólar
á jörðu.

Örsól
ör sól

við veikan púls.

Pulse

Golden rays
break
on a crystal blue
clock face.

I turn it in my hand.

The clockwork
continues anyway.

Steadfast
in the stead of sunlight
on earth.

Sunbeam
sun beam

pressed to a weak pulse.

Holdtekjur

i

Við erum
þúsund gleymdar sólir.

Við stöndum engu
reikningsskil

nema vatninu
ljósinu
og moldinni.

ii

Ég fletti
dögum

einsog tré
afflettist

feysknum berki.

Incarnations

i

We are the thousand suns
we have forgotten.

Beholden
only

to water
light
and soil.

ii

I strip
every day,

a maple
stripping off

papery bark.

Hunang

Stjörnufræði Ursins: Viðauki

Ímyndið ykkur
að jörðinni
sé sökkt
í hunang.

Við snúning
jarðar dregst
hunangið til.

Sama gerist
með tímann
og rúmið,

í alheimi
Einsteins.

Honey

Ursin's Astronomy: Appendix

Imagine
the Earth
immersed
in honey.

Its rotation
trailing
honey strands.

As with
time
and space,

in Einstein's
universe.

Skógfræði

Ég veit það
um japönsku dvergtrén

að þau vaxa
af sýktum fræjum

annarra trjáa.
Að þau rekja

rætur
til heilbrigðra

skóga.
Líkt og trosnað

rótarkerfi
hugar míns

sem er afsprengi
frjórri

og gildari
þanka.

– Rótarflækjur
hugar

sem raunar gengur ekki
allskostar

heill
til skógar.

Forestry

I do know that
Japanese bonsai trees

sprout
from the diseased seeds

of other trees.
That they can trace

their roots
to healthy

forests.
The frayed

root systems
of my thoughts,

the offspring
of sound

and fertile
ideas.

—Tangled roots,
thoughts,

experiences: these don't
remain altogether

healthy
in the forest.

Framþróun (1)

Flug dvergvespunnar,

eins millímetra
vænghaf
sem hún blakar
350 sinnum
á sekúndu,

hefur loksins náðst
á mynd.

Eftir milljón
árþúsund stöðugrar
framþróunar

á tæknisviðinu.

Evolution (1)

Flight of the dwarf wasp,

wingspan
one millimeter
beating
350 times
per second,

finally captured
in a photograph.

After one million
millennia of steadily
evolving

technology.

Framþróun (2)

Leyfðu mér
að hjálpa þér,

sagði apinn.

Og kom fisknum
gætilega fyrir

í krónu trésins.

Evolution (2)

Let me
help you,

said the ape.

And placed the fish
carefully

in the crown of the tree.

Portúgölsk nótt

Nóttin er þögul.

Fyrir utan
einmana dúfu
sem festir
ekki svefn,
heldur kurrar
raunalega
út í næturloftið.

Nema
hún kyrji
fado-söngva
upp úr svefni?

Portuguese Night

The night is silent.

Only
a weary dove
coos,
restless
in the night air.

Unless
it croons
fado
in its sleep?

Uppspretta

Dauðinn grefst

neðar
og neðar.

Lífið vex
þaðan.

Upp úr
djúpi dauðans.

Parent

Death burrows

deeper
and deeper.

Life grows
upward.

From
death's depth.

Frumflutningur

De arte poetica

Stórleikarinn
hefur forfallast.

Hvíslarinn
þylur verkið

frá upphafi
til enda.

Svo lágt
að enginn heyrir.

Fyrir
tómum sal.

Premier

Ars poetica

The star was unable
to attend.

The prompter
rattled off the work

from start
to finish.

So softly
that nobody heard.

Before
an empty house.

Lífsins tré

Plóman
sem ég slít
af trénu

fullþroskaða,

hún er
gjöfin

sem enginn gefur.

Living Tree

Plum
I pluck
from the tree

fully ripened,

a gift

nobody gives.

Frelsið

Á milli
sjálfselsku
og illsku

getur verið eins stutt
og fjarlægðin
á milli

síkjammsandi munns
og handarinnar
sem matar.

Því segir uppfræðarinn:

Láttu hönd þína ná
að munni
næsta manns.

Veittu frelsi.

On Liberty

In memorium John Stuart Mill

The distance between
selfishness
and self-contempt

can be as short
as the distance
between

the chomping mouth
and the hand
that feeds.

The teacher instructs:

Let your hand reach
for the *mouth*
of your neighbor.

Grasp freedom.

Ósk

Ljóðrænu,

—   ljóð*grænu*.

Í stað

vélrænu.

Wish

For poetry,

— poe*tree.*

Instead

of industry.

Gróður

Í stað grænnar
ljóstillífunar

gljúprar moldar
vatns
og sólar

– á hlýjum vordegi
getur 20 metra birkitré
sogið 200 lítra af vatni
upp úr jarðveginum

les ég
í *Tímariti*
áhugafólks um dapurlegan
gróður

að svartar, rökkurþyrstar jurtir
þrífist e.t.v.

í nístingsköldum
óravíddum
alheimsins.

Vegetation

Even without the green
of photosynthesis

a porous soil
water
and sun

(during a warm spring day,
a 20-meter birch tree
can absorb 200 liters of water
from the soil)

black, gloam-thirsty plants
can thrive

—I read
in the *Magazine*
of Melancholic Vegetation
Enthusiasts—

in the piercing cold
expanses
of the universe.

Akuryrkja

Örkin er hvítur
akur.

Orðin,
fræin svörtu

sem í hann
er sáð.

Agriculture

The page is a white
field.

Words,
seeds

I sow.

Söngur einyrkjans

Les og yrki mér
virki

– hleð
í múrinn

orð
fyrir orð

og bíð þess að mosinn grói.

Grænn
einsog sáttmáli
um frið.

Song of Solitary Labors

I read and forge
a fortress

— stack
into stone walls

word
upon word

and wait for moss to grow.

Green
like a peace
treaty.

2

APRÍKÓSUGARÐURINN

2

THE APRICOT ORCHARD

Feigum horfi ég augum á
alla náttúruna.

Bólu-Hjálmar

I turn my mortal eyes
to all of nature.

Bólu-Hjálmar

Austurgluugginn

Morgunsólin
fellir skuggamynd

laufglóans
í eplatrénu

á pappírstjald
austurgluggans.

Fegurri mynd
dró vart

Lí Pó
með sinni fjöður.

Easter Window

Morning sun
casts the silhouette

of an oriole
in an apple tree

on the paper curtain
of the east window.

Li Po
barely traced

a more beautiful shape
with his feather.

Sigling

Báturinn skríður
meðfram vatnaliljunum.

Á bakkanum
standa kirsuberjatrén
í blóma.

Undir laufþekju
pílviðarins
er enginn,

aðeins mangófuglinn.

Hvert áratog
færir okkur nær.

Sailing

The boat drifts
through water lilies.

The bank
lined with cherry trees
in bloom.

Nobody
under the canopy
of the willow,

except a mango bird.

To which each haul
of the oars brings
us nearer.

Veiðimaðurinn

Ég kann hvorki að lesa
né skrifa.

Spjótið er minn griffill,
spegilsléttur vatnsflöturinn
örk mín.

Jafnskjótt og skugga fisksins
bregður fyrir
letra ég nafn mitt
í yfirborðið.

Hunter

I can neither read
nor write.

The spear is my stylus.
The water's surface,
my page.

As soon as the shadow
of a fish appears,
I carve my name
into its surface.

Regnið

Vænst þykir mér
um regnið,

þegar grómið skolast
af laufi trjánna

og fölgult grasið
drekkur í sig vatnið.

Uns veröldin
heimtir á ný
skerpu lita sinna.

Rain

What I love
most of all
is rain,

when dirt rinses
from the leaves

and yellowed grass
absorbs the water.

Until the world
reclaims
the sharpness of its colors.

Kaldir mánar

Máni villtu
hrísplöntunnar
er liðinn.

Í morgun
glitraði á fyrstu
hrímrósina.

Í hönd
fer tími
kaldra mána.

Cold Moons

The month
of the wild
rice plant
is passed.

This morning
glittered on the first
frost rose.

Now at hand:
the time
of cold moons.

Í Apríkósugarðinum

Tíu ár eru liðin
frá okkar
síðasta fundi.

Og nú sé ég
að jafnvel náttmyrkrið allt
slekkur ekki

neista eldflugunnar.

In the Apricot Orchard

Ten years have passed
since our
last meeting.

And now I understand
all the night's darkness
cannot extinguish

the spark of a firefly.

Myllusöngur

Lífið
er mylla.

Með kvölum
erum við

möluð,
mélinu smærra.

Mill Song

Life is
a mill.

We're
ground

in agony
to grist.

Svartþrestir

Í gærkvöldi
stráðum við maltkorni
yfir garðinn.

Í nótt féll
fyrsti vetrar-
snjórinn.

Í morgun
ortu svartþrestirnir
ljóðin sín.

Blackbirds

Yesterday evening,
we strew grain
over the garden.

Last night,
the first winter
snowfall.

This morning,
blackbirds
stamped poems
in the snow.

Í Dauðadal

Lambagammarnir
sveima
í uppstreyminu.

Undir fótum
gnestur
í lausum vikri.

Í fjarska
skín á jökulhettu
fjallsins.

Í malnum
hef ég vistir til
næsta dags.

Gammarnir
fá að hnita sína hringi
enn um sinn.

Valley Death

Bearded vultures
glide
on an updraft.

Loose pumice
crunches
underfoot.

In the distance,
an icecap glistens
atop a mountain.

In my pack,
enough
to last the night.

The vultures
circle overhead
for the time being.

Vatnaskil

Hugarfljótið
hefur skolað mér
á þurrt.

Úr kallfæri.

Undir nýjum
himni.

Og ég sái

í nýjan
akur.

Watershed

A flood of thoughts
has washed me
ashore.

Out of earshot.

Beneath a new
sky.

And now I plant

in an untouched
field.

Nýr máni

Plómuvínið hefur enst
fram á vor,
tæp áma.

Og nú fögnum við
komu þess
með ljóðalestri
og söngvum

á Mánanum þegar
grasið grær
og fært er
að nýju
um fjallaskarðið.

New Moon

The plum wine
held out until spring.
Nearly a barrel.

Now we celebrate
the turn of the season
with poetry and songs

in the Month
when grass begins to grow,
and the mountain pass
opens
anew.

Nýgræðingurinn

Dalurinn
nefnist Eilífsdalur,

hús mitt
við árbakkann
Jörð.

Ég geri tilkall
til hvorugs.

Ég fylgist
með nýgræðingnum
vaxa

dag
frá degi,

á frjósömum ökrum.

Seedling

The valley
is called *Eternal Valley*;

my house
on the riverbank,
Earth.

I have no claim
to either.

I watch
the seedling
grow

day
after day,

in the fertile fields.

Dagliljan

Nú glitrar
morgunsólin

í krónu
dagliljunnar.

Hún sem er
í senn

brunnur
sem fyllist

og bikar
sem tæmist

hvern nýjan dag.

Daylilies

The morning sun
glitters

on the crown
of a daylily.

A wellspring
that fills

and a cruet
that empties

each day.

Ljóð

Nú verða ljóðin til
hvert á
fætur öðru.

Það þýðir aðeins eitt:

Það er tekið
að hausta.

Poetry

Now the poems
seem to come
one after another.

That can only mean one thing:

autumn
has arrived.

3

UM MYRKURSKÓGINN

3

DARK FOREST

Svart haf

Í minningu
Jónasar Þorbjarnarsonar (1960–2012)

1.

Skip hins myrka keisara
skríða djúpsigld
frá höfði
til höfuðs,

brotna
og sökkva.

*

Sá sem er
til frásagnar um
hvernig það er
að drukkna

þekkir líka
kraftaverkið
þegar lungun fyllast
á ný
af lofti,

þegar líkamanum
skýtur upp á
yfirborðið,

marvaðainn troðinn
hveljurnar sopnar.

Black Sea

In memory of
Jónas Þorbjarnarson (1960–2012)

1.

The dark Kaiser's ship,
deep-keeled, cuts the water
from head
to head,

moors, wrecks,
and sinks.

*

The one who
is here to tell us
what it means
to drown

also knows
the miracle
of lungs filling
anew
with air

when the body
shoots up
to the surface,

treading water,
gasping for breath.

2.

Það lekur inn á heilann,
svörtu hafi:

lestarnar fyllast.

Ég er neðanþilja
og hleyp upp.

Út um kýraugun
blasa sjóskrímslin við,

*

stórfiskar
í líkingu við þá sem mara
í hálfu kafi
á íslenskum miðaldakortum.

Þegar sæfarendur
hræddust slíkar skepnur.

*

Ég hræðist þær ekki,
Jónas.

*

Ég hræðist drukknun.

*

Í heimi án kraftaverka.

2.

It seeps into the brain,
the black sea:

the hold fills.

I am below deck
and run up the steps.

Out of the porthole,
a leviathan,

*

an enormous sea serpent
like those
half-submerged
on medieval Icelandic maps.

When seafarers
feared such creatures.

*

I am not afraid of them,
Jónas.

*

I am afraid of drowning.

*

In a world without miracles.

Vegvísar

Þau sem þekkja
leiðina, inn
og út

af farvegum
eigin lófa.

Þau sem eru
komin lengra.

Þau
sem komust
lengra.

Og þegja
leiðsögn sína
úr fjarska.

Guides

They show us the way.

Those who know
the routes in
and out

like the channels
of their palms.

Those who
have *gone*
farther.

Those
have *gotten*
farther.

And guide us,
without a word,
like landmarks.

Gömul töfraþula

amo
amas
amat

amamus
amatis
amant

Old Magic Spell

amo
amas
amat

amamus
amatis
amant

Birtubrögð

Ófrýnilegir kynjafiskar
á botni sjávar
sem framleiða

kalt ljós.

Upp úr höfði þeirra
stingast
veiðistangirnar,

með blikkandi
ljóskúlu
á endanum.

Í myrkum hafdjúpunum
minna þessir
glóandi þræðir
á draugalegt jólaskraut
sem kastar
blágrænni birtu.

Birtu
sem lokkar
forvitna nær,

einsog uppljómuð
neonskilti
Las Vegas.

Trick of the Light

Angler fish
at the ocean's floor
fluoresce

cold light.

Rods
prick
from their heads,

dangling
blinking
bulbs.

In the pitch-black sea,
these thin glowing threads

transform
into ghostly ornaments
that cast
a bluegreen

effulgence,
luring
the curious

like the neon signs
of Las Vegas.

Ís

Þú marar enn
í hálfu kafi
í huga mér.

Einsog jaki
sem hefur
brotnað frá
íshellunni

og veltist nú
í gráu
og köldu
jökulhafi.

Þú neitar
að bráðna
til fulls.

Ice

You are still half
submerged
in my thoughts.

Like a berg
that has
broken from
the ice shelf

and rolled
into a cold
gray
glacial sea.

You refuse
to melt
completely.

Hnútur

Grái, margflækti
hnykillinn

í höfðinu,
trúlega er hann

alstærsti
gordíonshnútur

sem nokkur
heggur

í sundur –

Knot

Gray ball of yarn
tangled up

inside my head.
Probably

the largest
Gordian knot

ever hewn
asunder —

Raunir

Jafnvel þjáningin
er endurtekningasöm.

*

Að lokum pökkum við saman,

til móts við
nýjar raunir.

Betri raunir.

*

Þær reynast eins.

Sléttaðar ofan í
nýjar skúffur,

hengdar inn í
nýja skápa.

*

Framtíðin
er þolinmóður böðull

í líki vonar.

*

Trials

Even suffering
is repetitive.

*

Eventually, we pack it all in.

Seek out
new trials,

better trials.

*

But it's all the same.

Folded inside
new drawers,

hanging inside
new closets.

*

The future
is a patient executioner:

a hope hoax.

*

Þó er þetta skylda okkar:

að reyna
að vona.

*

Hið versta er óreynt.

Svo lengi sem enn má segja:
Þetta er verst.

But our duty is:

to try,
to hope.

*

The worst is not.

So long as we can say:
this is the worst.

Um Myrkurskóginn

Ég strái orðum,

á leið minni
um Myrkurskóginn.

Svo ég rati
aftur til baka.

Through the Dark Forest

I strew words

along my way
through the Dark Forest.

To navigate
back.

Úr Tregahandbókinni

(i)

Treginn

liggur
til allra

átta.

Sorro(w)admap

(i)

Sorrow

extends
in every

direction.

(ii)

Leiðarlokin

þar sem
treginn endar.

(ii)

Sor
row

dead ends.

(iii)

EINKATREGI

(varist hundinn)

(iii)

PRIVATE PAIN

(beware the black dog)

Blek

Magafylli
af myrkri,

ég æli því upp.

Einsog bilaður mótor
sem hóstar

blásvörtum reyk.

Einsog dreki
sem spúir bara
bleki.

Ink

A stomachful
of dark.

I throw up.

A broken-down engine
that chokes out

blueblack smoke.

A dragon
that spits only
ink.

Vökin
í ísnum:

svört sól
sem mænir
til himins.

Hún dregur mig
nær

og nær.

A hole
in ice:

a black sun
facing
toward the sky.

It pulls me
nearer

and nearer.

Ég stari
í auga hennar.

I stare
into its eyes.

Óttinn

býr yfir eigin
aðdráttarafli.

Eigin þyngdar-
afli.

Dread

has its own
attraction.

Its own
gravitational
pull.

Einsog vasar
fullir

af grjóti.

Like pockets
full

of stones.

Og endurspeglar
aðeins sjálfan sig.

And it only reflects
its own image.

Andlit mitt.

My face.

Snjór og myrkur

Veturinn
skollinn á,
með sínum
hæga og djúpa
andardrætti,
og slær nú
eign sinni
á allt sem
fyrir honum
verður.

Hann er
aðallega
í svarthvítu:

eilífur snjór
og myrkur.

Snow and Dark

Winter
settles in,
heaves
deep, slow
breaths,
absorbing
an entire
spectrum of wonder.

It is, above all,
cast in black
and white:

endless snow
and darkness.

Kvöldregn

Útivið gluggann
bíð ég þess
að skærgul
regnhlíf þín
birtist,

6 hæðum
neðar.

Einsog skínandi sól

sem flýtur
á regngljáðu
malbikinu.

Evening Rain

I wait
for your bright yellow
umbrella
to appear
outside my window,

6 stories
down.

A shining sun

gliding
over the rain-glazed
asphalt.

Myrkurskógur

Bréfin þín
79 talsins
gróf ég
í bakgarðinum.

Þau eru byrjuð
að spíra
undir vetrarsnjónum,

rökkurþyrst
og kulsækin.

Af þeim
mun Myrkurskógur
rísa.

Dark Forest

In the backyard,
I planted
all 79
of your letters.

They're beginning
to sprout
under the crust of snow.

Thirsty for twilight,
seeking the chill air.

A dark forest
will rise
from them.

Suðræn mildi

Sumrin í norðrinu
eru köld
og veturnir langir.

Þá gefst stundum
tími til
að líta í bók
hita te
og klastra saman
ljóði,

um suðræna mildi
og gamlan söknuð.

Annað
sækir ekki
á veturkaldan

huga
í híði.

The Mild South

Summer in the North
is cold,
and winter, long.

Hours
to dive
into a book
brew tea
and slap together
poems

about the mildness of the South
and a lingering sense of loss.

The only things
that occupy
a wintercold

mind
in hibernation.

Tunglsljós

In memoriam

Sólin er hnigin til viðar.

*

Hver á fætur öðrum
tínast námumennirnir
upp úr jörðinni.

*

Þeir krjúpa við árbakkann
í kvöldrökkrinu,
drekka úr skálum lófa sinna
og strjúka framan úr sér rykið.

*

Fölbleik andlit þeirra
eru 20.000 nýkviknuð tungl
á svörtum himni.

Moonlight

In memoriam

The sun has sunken behind the forest line.

*

One after another,
miners climb up
out of the earth.

*

They crouch at the riverbank
in twilight,
drink from cupped palms,
rinse dust
from their foreheads.

*

Their pale faces
are 20,000 newly kindled moons
against the black sky.

Vetrarhugur

> What's the winter for?
> To remember love.
>
> *Theodore Roethke*

Það hefur gránað
í fjöll,
og haustvindarnir
æða naprir
milli húsa.

Samt hlakka ég
til komandi vetrar.

Þegar áin streymir
milli skara,
og raddirnar
berast óravegu
í stillunum

milli
okkar tveggja,

í mánuðinum
með járnnafnið.
Þegar orðin eru
einsog kalt stál

og það er málmbragð
milli tanna.

Winter Thoughts

> What's the winter for?
> To remember love.
>
> *Theodore Roethke*

The mountain
has turned gray,
and autumn winds
whip sharply
between buildings.

Yet I look forward
to the coming winter.

When rivers channel
through border ice
and voices carry
far away
in the stillness,

between
us,

in the months
with iron names
when words are
cold like steel,

and leave
a metallic taste
between my teeth.

Frosið tungl

Enn
eru sólir

sem lýsa
upp vetrarbrautir
hugans.

Enn er
höfuð mitt

frosið tungl.

Icy Moon

And still
suns

light up galaxies
of thought.

My mind,
still,

an icy moon.

Brunntréð

Öldum saman
hefur þurrkurinn varað.

Enginn færir lengur
fórnir
regnaltarinu
í skógarlundinum.

Aðeins rætur trésins
finna uppsprettu
að bergja á,
djúpt í iðrum jarðar.

Svo djúpt
að þangað nær
enginn brunnur.

Þetta er brunntréð.

Af laufblöðunum
drýpur

ævafornt regn.

Taproot

The drought has lasted
centuries.

But no one brings
offerings
to the rain altar
in the forest grove.

Only the roots of trees
find a spring
to drink from,
deep in the earth.

So deep
there isn't
a reservoir
to draw from.

Taproot:

leaves
dripping

ancient rain.

Acknowledgements

Thanks to the PEN/Heim Translation Fund, the Banff International Literary Translation Centre, and the Icelandic Literature Center for their support of this project.

Thanks to the editors of the following publications, where poems from this manuscript have previously appeared:

PEN America, *PEN/Heim Translation Series*
"Seedling"
"Incarnations"

Words Without Borders
"Evolution (1)"
"Evolution (2)"
"Black Sea"

Columbia Journal
"In the Apricot Orchard"
"Ice"
"Cold Moons"
"Blackbirds"
"Poetry"

Asymptote
"Imaginary Land"
"Honey"
"Forestry"

Exchanges
"Ink"
"Agricultures"
"Portuguese Night"
"Moonlight"
"Dark Forest"
"Song of a Lone Composer"

www.ingramcontent.com/pod-product-compliance
Lightning Source LLC
Jackson TN
JSHW081408170426
101040JS00015B/317

* 9 7 8 1 9 4 4 7 0 0 0 9 6 *